தன்னம்பிக்கை

வி.எஸ்.ரோமா

Copyright © V. S. Roma
All Rights Reserved.

ISBN 978-1-63873-029-3

This book has been published with all efforts taken to make the material error-free after the consent of the author. However, the author and the publisher do not assume and hereby disclaim any liability to any party for any loss, damage, or disruption caused by errors or omissions, whether such errors or omissions result from negligence, accident, or any other cause.

While every effort has been made to avoid any mistake or omission, this publication is being sold on the condition and understanding that neither the author nor the publishers or printers would be liable in any manner to any person by reason of any mistake or omission in this publication or for any action taken or omitted to be taken or advice rendered or accepted on the basis of this work. For any defect in printing or binding the publishers will be liable only to replace the defective copy by another copy of this work then available.

பொருளடக்கம்

1. அத்தியாயம் 1   1

1

“தன்னம்பிக்கைஎன்பது தன்னால் ஒரு குறிப்பிட்ட செயலை வெற்றிகரமாக செய்து முடிக்க முடியும் என்று மனதில் நம்பிக்கை கொள்வது.

ஒரு மனிதனுக்கு தன் மீதும் தன் திறமையின் மீதும் உள்ள நம்பிக்கையே தன்னம்பிக்கை...”

தன்னம்பிக்கை என்றால் என்ன

"தன்னம்பிக்கை" என்பது ஒரு மனிதன்

தன் திறமைகளின் மீது "நம்பிக்கை" வைத்து வேறு எவருக்கும் சளைத்தவர் இல்லை என்று வாழ்வில் "விடா முயற்சியுடன்" திறம்பட செயல் பட்டு வெற்றி

பெறுவதே "தன்னம்பிக்கை" ஆகும்.

"எறும்பு"

தன்னைவிட

மூன்று மடங்கு எடையுள்ள ஒரு உணவுப் பொருளை நகர்த்திச் செல்லும். அதேப் போல் தன்னம்பிக்கை இல்லா உயிரினமான "கரப்பான் பூச்சி" தான் குப்புற கிடந்தாலும் எழுவது கடினமாகும். உருவத்தில் பெரிய

"யானையின் பலம்" அதன் தும்பிக்கையில், அதைப்போல் கருவத்தில் பெரிய "மனிதனின் பலம்" அவன் தன் மீது வைத்துள்ள "தன்னம்பிக்கையில்" தான்

மனிதா! நம்பிக்கை என்பது வேண்டும் அது பிறர் மீது மட்டுமல்ல தன் மீதும் தான்...

தன்னம்பிக்கையுடன் போராடினால் இந்த உலகமே தலை வணங்கும் உன் தன்னம்பிக்கைக்கு முன்.

-
- 'இலக்கை
- உயரிய இலக்குகளை நிர்ணயித்து, அவற்றை அடைவதற்கு முறையான திட்ட்ங்களை வகுத்து, சரியானர்களின் வழிகாட்டுதல்களோடு, அர்ப் பணிப்பு உணர்வுடன் செயல்படுகிறவர்கள் மாபெரும் வெற்றியாளனாவதை உலகின் எந்த சக்தியாலும் தடுக்க இயலாது.
- எனவே, வாழ்க்கையில் வெற்றி பெற வேண்டுமெனில் உங்களுக்கென்று சில இலக்குகளை நிர்ணயித்துக் கொள்ள வேண்டியது அவசியமாகும்.
- ஏதேனும் அடைய வேண்டும் என்று நம் மனம் விருப்பப்படுவதற்குப் பெயர் இலக்கு அல்ல, அதற்கு பெயர் ஆசை.
- ஆசை வேறு, இலக்கு வேறு. இரண்டையும் ஒன்றுக் கொன்று குழப்பி விடக் கூடாது. ஆசை என்பது ஒன்றை விரும்புவதைத் தாண்டி எதுவும் இல்லை என்பது... இலக்கானது விருப்பப்படுவதோடு நின்று விடுவது இல்லை,
- அதனை அடைவதற்கான தீவிர முயற்சியை நோக்கி நம்மை உந்தித் தள்ளுகிறது.
- வாழ்க்கையில் எதை அடைய வேண்டுமென்று நாம் எடுக்கும் திடமான முடிவுக்குப் பெயர்தான் இலக்காகும்.
- இலக்கில்லா வாழ்க்கை.. உப்பில்லா பண்டம்
  ''உப்பில்லா பண்டம் குப்பையிலே'' என்று தமிழில் ஒரு பழமொழி உண்டு.
- அது போல இலட்சியங்கள் இல்லாத வாழ்க்கையும் சுவாரசியமில்லாதவையாகத்தான் இருக்கும்.
- வாழ்க்கையில் மகிழ்ச்சியின்மைக்கும்,சலிப்புக்கும் முக்கிய காரணமே இலக்குகள் இல்லாமலிருப்பது தான்.

- எனவே நாம் செய்கின்ற வேலையையோ அல்லது படிக்கின்ற படிப்பையோ தீராத ஆர்வத்தோடும், பெரும் ஈடுபாட்டுடன் செய்வதற்கு தெளிவான இலக்குகள் அமைத்துக் கொள்வது அவசியமாகும்.
- ஜான் F கென்னடி அமெரிக்க அதிபராக இருந்த சமயம், அவர் மாணவர்களை சந்திக்கும் நிகழ்ச்சியொன்று நடைபெற்றது.
- அந்நிகழ்ச்சியில் பங்கேற்ற மாணவர்களில் ஒருவனிடம், "உன்னுடைய இலக்கு என்ன?" என்று கேட்டார்.
- "இன்று நீங்கள் இருக்கும் இடத்தில் ஒருநாள் நான் ஒருக்க வேண்டும் என்பதே எனது இலக்கு" எனப் பதிலளித்த அந்த மாணவன்தான் பின்னாளில் அமெரிக்க அதிபரான பில் கிளிண்டன்.
- அந்த சிறு வயதில் கிளிண்டன் தனது மனதில் நிர்ணயித்திருந்த அந்த மாபெரும் இலக்குதான் அவரை அவரது இலக்கு நோக்கி பயணிக்கச் செய்தது.
- இன்னும் 5 ஆண்டுகள் (அ) 10 ஆண்டுகளுக்கு பின்னர் நாம் என்னவாக இருக்க வேண்டும் என்பதை இன்றே தீர்மானிக்க வேண்டியது அவசியம்.
- இப்போது எங்கே இருக்கிறோம்? எந்த நிலையை அடைய விரும்புகிறோம்? என்று நம்மை நாமே ஆராய்ந்து பார்த்து, "இது தான் எனது இலக்கு" என்று ஒரு முடிவுக்கு வர வேண்டும்.
- rt'சுயநலம்' ஒரு தொற்று வியாதி என்றும் கூறலாம். சுயநலவாதிகளோடு உறவு கொள்பவர்கள் தம்மை அறியாமலே அக் குணம் தம்மை பிடிக்க விட்டு விடுவார்கள்.
- சுயநலம் மனதை இருட்டாக்கி விடும். சுற்றி இருப்பவர்களை வெறுக்க வைத்து விடும். சுயநலம் நல்ல குணம் அல்ல.
- சுயநலம் கொண்டவர்களிடம் தன்னைவிட மற்றவர்கள் முன்னுக்கு வந்து விடுவார்களோ என்ற பரபரப்பு இருந்து கொண்டே இருக்கும். அதனால் அவர்கள் நிம்மதியை இழந்து தவிப்பார்கள்.
- இன்று பெரும்பாலானவர்கள் அதிகப் படியான மன அழுத்தத்தால் அவதிப்படுகிறார்கள். அதற்கு சுயநலமும் ஒரு காரணம்.
- சுயநலம் அதிகம் கொண்டவர்கள் தன் வளர்ச்சியை பற்றி சிந்திக்க மாட்டார்கள். தன்னை சுற்றி இருப்பவர்களின் வளர்ச்சியை பற்றி

பொறாமைபட்டுக் கொண்டு அவர்களுக்கு எப்படி எல்லாம் நெருக்கடி கொடுக்க முடியும் என்றுதான் சிந்தித்துக் கொண்டு இருப்பார்கள்.

- எவ்வளவுதான் வேண்டப்பட்டவர்களாக இருந்தாலும், நெருங்கிய நண்பர்களாக இருந்தாலும்,ஏன் அண்ணன்,தம்பியாக இருந்தாலும் கூட, அவர்கள் நம்மைவிட ஒருபடி மேலே போய் விடக் கூடாது என்பதில் எல்லோரும் கவனமாக இருக்கிறார்கள்'' என்பதுதான்.
- இந்த எண்ணம் உங்களிடமும் இருந்தால் நீங்கள் சுயநலத்திற்கும், பொறாமைக்கும் ஆட்பட்டு இருக்கிறீர்கள் என்று அர்த்தம்.
- பாராட்டு என்பது தனக்கு மட்டுமே கிடைக்கவேண்டும்அப்படி கிடைக்கா விட்டாலும் பரவாயில்லை. மற்றவருக்கு கிடைத்து விடக் கூடாது என்பதில் சுயநலக்காரர்கள் கவனமாக இருப்பார்கள்.
- பேராசை, அந்தஸ்தை உயர்த்த வேண்டும், குறுக்கு வழியில் முன்னேற வேண்டும் போன்ற எண்ணம் கொண்டவர்கள் பெரும்பாலும் சுயநலப் போக்கு உள்ளவர்கள்..
- இந்த மனநிலை அவர்களை மன இறுக்கத்தில் கொண்டு போய் விட்டு விடும். 'எல்லோரும் மகிழ்ச்சியாக இருந்தால்தான் நாமும் மகிழ்ச்சியாக இருப்போம்' என்ற நல்ல எண்ணத்தை, சுயநலம் மறைத்து விடுகிறது.
- நம் மனதின் உள்ளே இருக்கும் சுயநலம் வெளிப்படும் போது நாம் மற்றவர் பார்வைக்கு அசிங்கமாக தெரிவோம்.
- இந்த சுயநலத்தின் எதிர்விளைவுகள் மகிழ்ச்சியை கொன்று விடும். இப்படித்தான் பொறாமை உணர்வு வந்து விட்டால், அதனை பல காலம் அமுக்கி வைக்க முடியாது.
- எப்படியாவது அது வெடித்துச் சிதறி வெளியே வந்து கடுமையான பின் விளைவுகளை உருவாக்கி விடும்.
- மற்றவர்களுக்கு உதவ நமக்கு ஒவ்வொரு நாளும் ஏராளமான வாய்ப்புகள் கிடைக்கின்றன. ஆனால், இன்று நிறைய பேர் தங்களைப் பற்றி மட்டுமே யோசிக்கிறார்கள்.
- சொல்லப் போனால், இந்த உலகமே இப்போது சுயநலத்தில்தான் சுழன்று கொண்டு இருக்கிறது...
- இன்றைய நாளில் தனக்கு எது கிடைத்தாலும், அதனால் எனக்கு என்ன ஆதாயம் ?அதை வைத்துக் கொண்டு எப்படியாவது

உலகத்துப் பணத்தை எல்லாம் சுருட்டித் தன் பாக்கெட்டில் போட்டுக் கொள்ள முடியுமா? என்று "சுயநலம்" கொண்டு பலர் அலைவதை பார்த்துக் கொண்டுதான் இருக்கின்றோம்.

- ஆம்.,நண்பர்களே..,
- இன்றைக்கும் எந்தவித சுயநலமும் இல்லாமல் பொதுநல சிந்தனையோட, ஈர இதயங்கள் ஆங்காங்கே பலர் இருப்பதால்தான், இந்த சமூகம் இன்னும் வாழ்ந்து கொண்டிருக்கிறது
அன்னதானம். ரத்த தானம், கண் தானம், உடல் உறுப்புகள் தானம் வரை நடந்துக் கொண்டே இருக்கிறது..சுயநலம் தவிர்ப்போம்.. பொதுநலம் கொண்டு மற்றவர்களுக்கு உறுதுணையாக இருப்போம

- ஒரு பேச்சு சொல்லாத எத்தனையோ செய்திகளை, ஒரு மௌனம் சொல்லி விடும்.மௌனம் ஒரு மகத்தான சக்தி! மௌனத்தின் சக்தியை உணர்ந்தவர்கள், அதைத் தங்கள் வாழ்வில் பயன்படுத்தி வெற்றி கண்டு இருக்கிறார்கள்.
- எப்போது பேசாமல் மௌனமாக இருக்க வேண்டும் என்று தெரிந்து வைத்திருப்பது...
- ஆனால் அதைவிட, ,"எதை, எப்போது பேச வேண்டும், எப்படிப் பேச வேண்டும் என்றெல்லாம் தெரிந்து வைத்து இருப்பது மிக அவசிய
- *ஆனால் காட்டுக்கத்தல் கத்தியோ அதிகாரமாகவோ தவறுகளை சுட்டிக் காட்டினீர்கள் என்றால் அதை விட அதிகமான தவறுகள் நடக்கும் என்பதை மறவாதீர்கள்!!*
- *அன்பு_உலகை_ஆளும்*
- *பொறுமையைவிட மேலான தவமுமில்லை.திருப்தியை விட மேலான இன்பமுமில்லை.இரக்கத்தை விட உயர்ந்த அறமுமில்லை.மன்னித்தலை விட ஆற்றல் மிக்க ஆயுதமில்லை....!*
- 'சுயநலம்' ஒரு தொற்று வியாதி என்றும் கூறலாம். சுயநலவாதிகளோடு உறவு கொள்பவர்கள் தம்மை அறியாமலே அக் குணம் தம்மை பிடிக்க விட்டு விடுவார்கள்.
- சுயநலம் மனதை இருட்டாக்கி விடும். சுற்றி இருப்பவர்களை வெறுக்க வைத்து விடும். சுயநலம் நல்ல குணம் அல்ல.

- சுயநலம் கொண்டவர்களிடம் தன்னைவிட மற்றவர்கள் முன்னுக்கு வந்து விடுவார்களோ என்ற பரபரப்பு இருந்து கொண்டே இருக்கும். அதனால் அவர்கள் நிம்மதியை இழந்து தவிப்பார்கள்.
- இன்று பெரும்பாலானவர்கள் அதிகப் படியான மன அழுத்தத்தால் அவதிப்படுகிறார்கள். அதற்கு சுயநலமும் ஒரு காரணம்.
- சுயநலம் அதிகம் கொண்டவர்கள் தன் வளர்ச்சியை பற்றி சிந்திக்க மாட்டார்கள். தன்னை சுற்றி இருப்பவர்களின் வளர்ச்சியை பற்றி பொறாமைபட்டுக் கொண்டு அவர்களுக்கு எப்படி எல்லாம் நெருக்கடி கொடுக்க முடியும் என்றுதான் சிந்தித்துக் கொண்டு இருப்பார்கள்.
- எவ்வளவுதான் வேண்டப்பட்டவர்களாக இருந்தாலும், நெருங்கிய நண்பர்களாக இருந்தாலும்,ஏன் அண்ணன்,தம்பியாக இருந்தாலும் கூட, அவர்கள் நம்மைவிட ஒருபடி மேலே போய் விடக் கூடாது என்பதில் எல்லோரும் கவனமாக இருக்கிறார்கள்" என்பதுதான்.
- இந்த எண்ணம் உங்களிடமும் இருந்தால் நீங்கள் சுயநலத்திற்கும், பொறாமைக்கும் ஆட்பட்டு இருக்கிறீர்கள் என்று அர்த்தம்.
- பாராட்டு என்பது தனக்கு மட்டுமே கிடைக்கவேண்டும்அப்படி கிடைக்கா விட்டாலும் பரவாயில்லை. மற்றவருக்கு கிடைத்து விடக் கூடாது என்பதில் சுயநலக்காரர்கள் கவனமாக இருப்பார்கள்.
- பேராசை, அந்தஸ்தை உயர்த்த வேண்டும், குறுக்கு வழியில் முன்னேற வேண்டும் போன்ற எண்ணம் கொண்டவர்கள் பெரும்பாலும் சுயநலப் போக்கு உள்ளவர்கள்..
- இந்த மனநிலை அவர்களை மன இறுக்கத்தில் கொண்டு போய் விட்டு விடும். 'எல்லோரும் மகிழ்ச்சியாக இருந்தால்தான் நாமும் மகிழ்ச்சியாக இருப்போம்' என்ற நல்ல எண்ணத்தை, சுயநலம் மறைத்து விடுகிறது.
- நம் மனதின் உள்ளே இருக்கும் சுயநலம் வெளிப்படும் போது நாம் மற்றவர் பார்வைக்கு அசிங்கமாக தெரிவோம்.
- இந்த சுயநலத்தின் எதிர்விளைவுகள் மகிழ்ச்சியை கொன்று விடும். இப்படித்தான் பொறாமை உணர்வு வந்து விட்டால், அதனை பல காலம் அமுக்கி வைக்க முடியாது.
- எப்படியாவது அது வெடித்துச் சிதறி வெளியே வந்து கடுமையான பின் விளைவுகளை உருவாக்கி விடும்.

- மற்றவர்களுக்கு உதவ நமக்கு ஒவ்வொரு நாளும் ஏராளமான வாய்ப்புகள் கிடைக்கின்றன. ஆனால், இன்று நிறைய பேர் தங்களைப் பற்றி மட்டுமே யோசிக்கிறார்கள்.
- சொல்லப் போனால், இந்த உலகமே இப்போது சுயநலத்தில்தான் சுழன்று கொண்டு இருக்கிறது...
- இன்றைய நாளில் தனக்கு எது கிடைத்தாலும், அதனால் எனக்கு என்ன ஆதாயம் ?அதை வைத்துக் கொண்டு எப்படியாவது உலகத்துப் பணத்தை எல்லாம் சுருட்டித் தன் பாக்கெட்டில் போட்டுக் கொள்ள முடியுமா? என்று ''சுயநலம்'' கொண்டு பலர் அலைவதை பார்த்துக் கொண்டுதான் இருக்கின்றோம்.
- ஆம்.,நண்பர்களே..,
- இன்றைக்கும் எந்தவித சுயநலமும் இல்லாமல் பொதுநல சிந்தனையோட, ஈர இதயங்கள் ஆங்காங்கே பலர் இருப்பதால்தான், இந்த சமூகம் இன்னும் வாழ்ந்து கொண்டிருக்கிறது
  அன்னதானம். ரத்த தானம், கண் தானம், உடல் உறுப்புகள் தானம் வரை நடந்துக் கொண்டே இருக்கிறது..சுயநலம் தவிர்ப்போம்.. பொதுநலம் கொண்டு மற்றவர்களுக்கு உறுதுணையாக இருப்போம்...
- யாரும் யாருக்காகவும் வாழவேண்டிய அவசியம் இல்லை. வாழவுமில்லை என்பதுதான் நிதர்சனமான உண்மை.இதை ஒப்புக்கொள்ளத்தான் மனம் தயக்கம் காட்டுகிறதே தவிர வேறு ஒன்றும் இல்லை.
- நாம் ஒருவரை ஒருவர் சார்ந்து வாழ்கின்றோம் என்பதுதான் சரியாகும். இதற்கிடையில் இருப்பதுதான் பந்தம், பாசம், உறவுகள் எல்லாம். தாய், தந்தை, மனைவி ,மகன், மகள் உறவுகள் எல்லாமே..
- ஏதோ ஒன்றை மற்றவரிடம் எதிர்ப்பார்த்துதான் வாழ்க்கையும் ஓடுகின்றது.இந்த எதிர்ப்பார்ப்பு இல்லை என்றால் உறவுகள் கூட நொருங்கி விடுகின்றது.
- "உங்களின் வருமானத்தில், முதல் செலவு சேமிப்பாக இருக்கட்டும்; உங்கள் வருமானத்தில், சேமிப்புப் போக மீதியைச் செலவு செய்யுங்கள்"
- சேமிப்பின் அடிப்படையே சிக்கனம்தான். வளங்களை வீணடிக்காமல், திறமையாகக் கையாள்வதை இது குறிக்கும்.

- அதாவது அவசியத் தேவைகளை மட்டும் நிறை வேற்றிக் கொள்வது. சிக்கனமும், சேமிப்பும் ஒரு குடும்பத்துக்கு மட்டும் பயன் அளிப்பதில்லை.
- நாட்டின் பொருளாதார வளர்ச்சியிலும் முக்கியப் பங்கு வகிக்கிறது
- பொதுவாக, செலவு செய்வதை கஞ்சத்தனம், சிக்கனம், ஆடம்பரம், ஊதாரித்தனம் என நான்கு வகையாகப் பிரிக்கலாம்.
- கஞ்சத்தனம் என்பது,
- அவசிய தேவைகளைக் கூட நிறைவேற்ற மனம் இல்லாதவர்களைக் குறிக்கும். இது அவர்களின் வாழ்க்கையில் பல பிரச்னைகளை ஏற்படுத்தும்.
- சிக்கனம் என்பது,
- தகுதியறிந்து செலவு செய்வது. இது சுமூகமான வாழ்க்கைக்கு சிறந்த வழி.
- மூன்றாவதாக ஆடம்பரம் என்பது,
- மற்றவர்களிடம் வசதியானவன் எனக் காட்டுவதற்காக தகுதிக்கு மீறி செலவு செய்வது.
- நான்காவதாக உள்ள ஊதாரித்தனம் என்பது,
- கண்மூடித்தனமாக தேவையில்லாத செலவுகளை செய்வது. இது அழிவுப்பாதைக்கு அழைத்துச் செல்லும்.

  சேமிப்பு பழக்கத்தை எறும்பு, தேனீக்கள் ஆகியவற்றில் இருந்து கற்றுக் கொள்ளலாம். நமது முன்னோர்கள் இப் பழக்கத்தைச் சரியாகச் செய்தனர். பணத்தை மட்டும அல்லாமல், பண்டங்களையும் சேமித்தனர்.
- இன்றைய கால கட்டத்திலும் நம் எதிர்காலத் தேவையைக் கருத்தில் கொண்டு, இருக்கும்போதே சேமித்துக் கொள்ளும் பழக்கத்தை, சிறு வயது முதல் குழந்தைகளுக்கு ஏற்படுத்த வேண்டும். நாமும் பழக வேண்டும்.
- ஆம்.,நண்பர்களே..,
- குடும்பத்தில் அனைவரும் சிக்கனமாக இருந்தால்தான் சேமிப்பு உருவாகும்..
- இன்று வரை சிக்கனம் என்றால் என்ன? என்று கேட்பவராக இருந்தாலும் பரவாயில்லை.
- இனியாவது சேமிக்கத் தொடங்குங்கள்.

* சிக்கனமும், சிறு சேமிப்பும்தான் மகிழ்வான வாழ்விற்கு வழி வகுக்கும்.

தன்னம்பிக்கை தரும் வெறித்தனம

நம் சில செயல்களை வெறித்தனமாக செய்வோம். வெறித்தனம் என்றால் நாம் ஒரு செயலை முடிக்க வேண்டிய கட்டாயம் வரும்போது அதை முடிப்பதற்காக நாம் செயல்படும் வேகம் வெறித்தனம் என்று கூறுவோம்.

நாம் நம் வாழ்க்கையில் ஒரு குறிக்கோளை வைத்து அதை அடைய வேண்டுமென்று வெறித்தனமாக செயல்பட வேண்டும் அதுவே வெறித்-தனமாக கருதப்படுகிறது. எவனோ ஒருவன் அவன் வாழ்வில் பயிற்சி-களை முயற்சிகளின் தொடர்ச்சியாக செய்கிறானோ அவனால் மட்டும் தான் வாழ்க்கையில் முன்னேற முடியும்.

இதற்கு முன்னதாக வெற்றியடைந்தவர் அனைவரும் தன் வாழ்வில் வெறித்தனமாக செயல்படும் அதனால் மட்டும்தான் வெற்றியடைய முடிந்தது. எனது அருமை நண்பர்களே நண்பர்களே வாழ்க்கையில் ஜெயிக்க வேண்டும், முன்னேற வேண்டும், பணம் அதிகம் சம்பாதிக்க வேண்டும் அப்படி என்று ஆசை வைத்தால் மட்டும் போதாது.

மற்றவரின் முன்னேற்றத்தில் பொறாமை பட்டால் மட்டும் பத்தாது. ஒரு விஷயத்தை நினைவில் கொள்ளுங்கள் வெற்றியடைந்தவர் வெறித்-தனமாக செயல்பட்டதால் மட்டும் தான் வெற்றி அடைந்தால் அதனால் பொறாமை படுவதால் பலனில்லை.

நம் குறிக்கோளை நோக்கி சென்றான் அதனால் அவன் வெற்றிடம் தான் நாம் நம் குறிக்கோளை அடைவதற்கு முயற்சி பயிற்சியும் தொடர்ந்து மேற்கொள்ள வேண்டும். நாமும் வெறித்தனமாக செயல்பட வேண்டும் எப்படி செயல்படுவது காலை 5 மணிக்கு மேல் தூங்கக்கூடாது என்று வெறித்தனமாக இருங்கள், ஒரு நாளைக்கு அரை மணி நேர-மாவது புத்தகம் படிப்பேன் என்று வெறித்தனமாக இருங்கள், ஒரு நாளைக்கு அரை மணி நேரமாவது உடற்பயிற்சி செய்வேன் என்று வெறித்தனமாக இருங்கள், ஒரு நாளைக்கு அரை மணி நேரமாவது வாழ்க்கையின் முன்னேற்றத்திற்கான விஷயத்தை கற்றுக் கொள்வேன் என்று வெறித்தனமாக இருங்கள்.

அவ்வாறு எவன் ஒருவன் தனக்கே தனக்கான ஒரு வெறித்தனத்தை வைக்கிறானோ அவனால் மட்டுமே அவனையும் அவனைச் சுற்றி உள்ள அனைவரையும் வெற்றியாளனாய் வைத்திருக்க முடியும். நேற்றைய நாளை விட இன்றைய நாளை சிறப்பாக வைத்திருக்க வேண்டும் என்று வெறித்தனமாக இருங்கள்.

சாதனையாளர் ஆவதற்கான முதல்படியே தன்னை அறிதல்தான். நீ உன்னை அறிந்தால் உலகத்தில் போராடலாம் என்றார் கண்ணதாசன்.

ஒருவர் முதலில் தன்னைப் பற்றி அறிந்துகொள்ள வேண்டும். என்று ஆங்கிலத்தில் சொல்வார்கள். ஒவ்வொருவருக்கும் ஒரு தனித்தன்மை உண்டு. தனித்தன்மை என்பது திறமைகளை உள்ளடக்கியது. அத்திறமைகளை மென்மேலும் வளர்த்துக்கொள்ள வேண்டும். அதற்குப் பயிற்சியும் முயற்சியும் தேவை.

தன்னம்பிக்கை

மனதையும் உடலையும் பாதுகாப்பாக வைத்திருப்பது பெருமளவில் நமது வாழ்க்கை முறையைச் சார்ந்தது. அதாவது, நமது உணவு, தூக்கம், உடல் சார்ந்த நடவடிக்கைகள், அன்றாடச் செயல்பாடுகள், பழக்க வழக்கங்கள் எனப் பல அம்சங்களைப் பொறுத்தது. வாழ்க்கை முறையில் தேவையான மாற்றங்களைச் செய்துகொண்டால் மனமும் உடலும் பாதுகாப்பாக அமையும்.

உங்களை ஒருபொழுதும் மற்றவருடன் ஒப்பிடாதீர்கள். அவர்கள் பயணிக்கும் / மேற்கொண்டிருக்கும் பாதை வேறு. உங்கள் பாதை வேறு. எதிர்மறையான எண்ணங்களை எப்பொழுதும் மனதில் நினைக்காதீர்கள்உங்களால் முடிந்த அள்வு வேலை செய்யுங்கள். அளவுக்கு மீறி எதையும் செய்யாதீர்கள்.மற்றவர்களைப் பற்றிப் புறம் பேசுவதில் உங்கள் சக்தியை வீணாக்காதீர்கள்.ஒவ்வொரு நாளும் இறைவனுக்கு நன்றி சொல்லுங்கள்.

உங்கள் ஆழ்மனதில் இருப்பது சந்தோஷம் தான். அதை தேடி அனுபவித்துக் கொண்டே உங்களுக்கு எது சந்தோஷத்தை கொடுக்காதோ, எது அழகை கொடுக்காதோ, நிம்மதியைக் கொடுக்காதோ அதை நீக்கிவிடுங்கள்.

எந்தச் சூழ்நிலையும் ஒரு நாள் கண்டிப்பாக மாறும் என்பதில் நம்பிக்கை வையுங்கள்

எப்போதும் தன்னம்பிக்கை குறையாமல் இருக்க என்ன செய்ய வேண்டும்?

ஒருவன் தன்னிடம் உள்ள தாழ்வு மனப்பான்மையை கலைந்து தன்னம்பிக்கை வளர்க்க என்ன செய்ய வேண்டும்

தன்னம்பிக்கையை இழக்கும்போது நம்மை எப்படி ஊக்கப்படுத்திக் கொள்ளுதல் வேண்டும்?

நம்பிக்கை, தன்னம்பிக்கை இந்த இரண்டிற்கும் தொடர்பு உள்ளதா அல்லது வேறுபாடு உள்ளதா? இருந்தால் அதன் விளக்கம் என்ன?

என் மனம் எப்பொழுதும் காரணம் இல்லாத விஷயங்களை எண்ணி யோசித்து கொண்டே இருக்கிறது. இதை சரி செய்வது எப்பட

நன்றுவரும் என்பதுநம்பிக்கை, வந்ததை

ஏற்பதுதான்தன்னம்பிக் கை

ஊர்கைவிட்ட ஒன்றை ஒருகைதான் பார்ப்போமே

என்பதுதான்தன்நம்பிக் கை

முன்னுள்ளது எல்லாமும் நல்லதென நம்பிஅதை

ஏற்பதுதான்நன்நம்பிக் கை

முதலில் பதிலளிக்கப்பட்டது: ஒருவன் தன்னிடம் உள்ள தாழ்வு மனப்பான்மையை கலைந்து தன்நம்பிக்கை வளர்க்க என்ன செய்ய வேண்டும் ?

தாழ்வு மனப்பான்மை பல்வேரு காரணங்களால் வரலாம்

இதற்கு மிக பெரிய ஆணிவேர் - சிறிய வயதில் வளரும் சூழல். அதில் தான் பல விஷயங்கள் அடங்கும் ..சகோதர சகோதரிகளோடு நம்மை ஒப்பீடு செய்து மட்டம் தட்டுகிறார்களா?

நம்பிக்கை துரோகம் நமது உள்ளத்தை மட்டுமல்ல உடலையும் உருக்கும். அந்த நொடியில் கண்டிப்பாக , கோபம், வலி, அவநம்பிக்கை, அதிர்ச்சி போன்றவை நம் உடலை தாக்கும். அடுத்து நம் மனதை எந்த அளவிற்கு அது தாக்கும் என்றால், யார் அதை செய்தது, எந்த விஷயத்தில் செய்தது என்பதை பொறுத்தது. ரொம்ப உணர்ச்சிபூர்வமான விஷயத்தில் நமக்கு நம்பிக்கையான ஒருவர் இதை செய்திருக்கும்போது, எப்படி மீண்டு வருவது? எத்தனையோ வழிகள் சொல்லப்பட்டாலும், முதலில் செய்ய வேண்டியது இதுதான்.

எப்போதும் தன்னம்பிக்கை குறையாமல் இருக்க என்ன செய்ய வேண்டும்?

ஒரு சின்ன வேலை செய்ய வேண்டும்.

உங்கள் நிறைகுறைகளைப் பட்டியலிடுங்கள்.

உங்கள் பட்டியலில் உங்கள் கல்வித்தகுதி மட்டுமின்றி பிற திறமை-கள் தகுதிகள் அறிந்தவை அறியாதவை எல்லாவற்றையும் கொண்டு வர வேண்டும்.

நடை, உடை, பாவனை, மொழி, கலை, இலக்கியம், அறிவியல், கணிதம், தொழில்நுட்பம் அத்தனையும் அதில் சேர்த்துக் கொள்ளுங்கள்.

பிறகு நீங்கள் எதில் குறைபாடு கொண்டிருக்கிறீர்கள் என்பதைக் கண்டறியுங்கள

தாழ்வுமனப்பான்மை, விடாமுயற்சி

தாழ்வு மனப்பான்மை, விடாமுயற்சியின் மீது நம்பிக்கையின்மை, மற்றவர்களுடைய வெற்றியைக் கண்டு வெதும்புதல், சோம்பேறித்தனம் போன்றவை தன்னம்பிக்கை குறைவாக இருப்பதின் வெளிப்பாடு ஆகும்.

ஒரு மனிதன் உயர்வதற்கு விடாமுயற்சி, கடின உழைப்பு, திட்டமிடல் போன்ற பல குணநலன்கள் கூறப்படலாம். ஆனால் அவை எல்லாமே 'தன்னம்பிக்கை' என்ற அடித்தளத்திலிருந்து தான் உருவாகுகின்றன. நம்மை வெற்றிப்பாதைக்கு இட்டுச் செல்லும் தன்னம்பிக்கை நிரம்பப்-பெற்றவர்கள் சோர்வு அடைவதில்லை. துவண்டு போவதில்லை. தாழ்வு மனப்பான்மை, விடாமுயற்சியின் மீது நம்பிக்கையின்மை, மற்றவர்களு-டைய வெற்றியைக் கண்டு வெதும்புதல், சோம்பேறித்தனம் போன்றவை தன்னம்பிக்கை குறைவாக இருப்பதின் வெளிப்பாடு ஆகும்.

நாம் எடுத்துக் கொண்ட காரியத்தில் வெற்றி பெற ஆசையுடன் விடாமு-யற்சியும், தன்னம்பிக்கையும் தேவை. அந்த நம்பிக்கை, என்னால் நிச்ச-யம் இந்த காரியத்தை முடிக்க இயலும் என்ற மனஉறுதியுடன் அமைய வேண்டும். அப்படி இருந்தால் வெற்றி உங்களை தேடிவரும். அரிய சாதனைகள் செய்யப்படுவது வலிமையினால் அல்ல. விடாமுயற்சியி-னால் தான். தன்னம்பிக்கையும் உற்சாகமும் மட்டும் இருந்தால் போதும். வெற்றி இலக்கை அடைந்துவிடலாம். சிந்தனையைவிடச் செயல்தான் எல்லோரையும், எல்லாவற்றையும் மாற்றி அமைக்கும்.

வெற்றி பெறுவோம் என்ற திடமான மன உறுதியில் மீண்டும் மீண்டும் முயற்சி செய்து தொடர்ந்து விடாது செயலாற்றிக் கொண்டேயிருந்தால் வெற்றிக்கனியை பறிக்கமுடியும். தன்னம்பிக்கையே உலகின் மிகச்சிறந்த ஆயுதம். தன்னம்பிக்கையே நோய்களையும், உடல் வலியையும், மனவேதனைகளையும் நீக்குகிறது. பிரச்சினைகள் வரும் போது, இது என் விதி என்று மனம் தளரக் கூடாது. மாறாக, என்னால் முடியும் என்ற தன்னம்பிக்கை இருக்க வேண்டும். அப்படி நம்பினால், நீங்கள் புதியவனாக மாற முடியும். அந்த தன்னம்பிக்கை தோல்வியுறுபவர்களை வெற்றியாளராக்கும்

தன்னம்பிக்கை கொண்டுள்ளோர் தங்களது உறவினர்கள் அல்லது நண்பர்களாக இருந்தாலும் அனைவரிடமும் நம்பிக்கையைத் தூண்டிவிடுகின்றனர். மற்றவர்களின் நம்பிக்கையைப் பெறுவதை வெற்றியடைவதற்கான ஒரு முக்கிய வழிமுறையாகத் தன்னம்பிக்கை நிறைந்தவர்கள் வகுத்துக் கொண்டுள்ளனர். தன்னம்பிக்கையைக் கற்றுக்கொள்ள முடியும், வளர்த்துக்கொள்ள முடியும். சுய ஆற்றல், சுய உழைப்பு ஆகியவைதான் தன்னம்பிக்கையை உருவாக்கிக்கொள்வதற்கான இரண்டு முக்கிய அம்சங்கள். இதுதொடர்பான இலக்குகளை அடைவதில் நாம் வெற்றி பெறும்போது, சுய ஆற்றலை நாம் உணர்கிறோம்.

ஒரு குறிப்பிட்ட துறையில் நிபுணத்துவம் பெறுவதற்காக நாம் கடுமையாகப் பாடுபட்டால், நம்மால் வெற்றி பெற முடியும் என்ற அறிதலில் நம்பிக்கை பிறக்கிறது. தோல்விகள் குறுக்கிடும்போது துவண்டுவிடாமல், சிக்கலான சவால்களை எதிர்கொண்டு வெற்றி நடை போடுவதில் இப்படிப்பட்ட நம்பிக்கைதான் நம்மை வழிநடத்துகிறது.

தன்னம்பிக்கை உன்னுள் இருக்கும்வரை, எல்லா உள்ளங்களும் உன் விழியை நாடும். ஆண்டவன் உன்னை எங்கு வைக்கிறாரோ அங்கிரு, அந்த இடத்தில் அமைதியாக இருந்து பணியாற்று. எனது குறிக்கோள் என்ன என்பதை நானே நிர்ணயித்துள்ளேன். ஆகவே அதை அடைய தீவிரமாகவும், முழு முயற்சியுடனும் தொடர்ந்து ஈடுபடுவேன். வெற்றி பெறுவேன் என தினமும் உறுதி கொள்.

நியாயம், தர்மம் இவற்றின் அடிப்படையில் அல்லாது மற்ற வழியில் வரும் வெற்றி நிலைக்காது என்பதால் தன்னம்பிக்கையுடன் நேர்மையான

வழியிலேயே நிச்சயம் வெற்றியைப் பெறுவேன், வெற்றி நிச்சயம்.

மனிதனுக்கு இரு கைகளை விட முக்கியமானது தன்னம்பிக்கை. யானைக்கு பலம் தும்பிக்கை. மனிதனின் பலம் நம்பிக்கையிலே என்ற வார்த்தையை நாம் அவ்வளவு சீக்கிரம் மறந்து விட முடியாது. மறந்தால் பூமியில் நிலைத்து வாழ முடியாது. ஆகவே அந்த தன்னம்பிக்கையை வளர்த்துக் கொள்ள வேண்டும். வெற்றி சிறிதளவு பெற்றாலும் உங்கள் தன்னம்பிக்கை வலிமை பெறும்-

தன்னம்பிக்கைஎன்பது தன்னால் ஒரு குறிப்பிட்ட செயலை வெற்றி-கரமாக செய்து முடிக்க முடியும் என்று மனதில் நம்பிக்கை கொள்வது.

ஒரு மனிதனுக்கு தன் மீதும் தன் திறமையின் மீதும் உள்ள நம்பிக்-கையே தன்னம்பிக்கை ...

தத்துவங்கள்

நீ தனிமையில் இருக்கும்போது உனக்கு என்ன என்ன தோன்றுகி-றதோ

அதுதான் உன் வாழ்க்கையைத் தீர்மானிக்கும்.

— விவேகானந்தர்

- தேங்காய் உடைக்கிறார்கள் வாழ்க்கை சிதறிப் போகமலிருக்க!
  தேங்காய் பொறுக்குகிறார்கள்...வாழ்க்கையில் சிதறிப் போனவர்கள்
- கோபம் உன்னை நேசிப்பவர்களை கூட வெறுக்க வைக்கும்....
  ஆனால் அன்பு உன்னை வெறுப்பவர்களைக் கூட நேசிக்க வைக்கும்.....
- வாழ்வில் சாதிக்கவேண்டுமெனில் வேறு எதுவுமே தேவையில்லை.
  முழுமையான நம்பிக்கை, தூய்மையான அன்பு, முயற்சி மட்டுமே போதும்.
  வாழ்க்கை ஆயிரம் காரணங்களை நீங்கள் அழுவதற்காகத் தரும்போது,
  நீங்கள் புன்னகைக்க பல காரணங்களை வாழ்க்கைக்குக் கொடுங்கள்.
- உன்னைச் சிரிக்க வைக்க நினைப்பவரை நீயும் சிரிக்கவை,
  உன்னைப் பார்த்து சிரிப்பவரை நீ சிந்திக்கவை....
- நல்லவனாய் இரு ஆனால் கோழையாய் இராதே.

- உன் அருகில் இருப்பவர்கள் எல்லோரும் உன்னை நேசிப்பது இல்லை..
  உன்னை நேசிப்பவர்கள் எல்லோரும் உன் அருகில் இருப்பது இல்லை
- நீங்கள் ஒரு வாய்ப்பைத் தவறவிட்டால்உங்கள் விழிகளைக் கண்ணீரால் நிரப்பாதீர்கள்!உங்கள் கண்ணீர்,உங்கள் முன் உள்ள இன்னொரு வாய்ப்பை மறைத்துவிடும்!அழகிய புன்னகையுடன் எதிர்கொள்ளுங்கள்!.

மாற்றம் ஒன்றுதான் உலகிலே மாற்றம் இல்லாதது!

எளிமையும் தூய்மையும் ஒருவனை உயர்ந்த மனிதனாக உயர்த்து-கின்றன.

ஒரே இடத்தில் உட்கார்ந்துவிட்டால் வேறு யாரேனும் உங்களை முந்தி விடுவார்கள்;
தொடர்ந்து முன்னேறுங்கள்!

பணம் சம்பதிக்கனும்னு ஆசை படுறவன் பதவிய தேடி போவான்..
மக்களுக்கு சேவை செய்யனும்னு ஆசை படுறவன பதவி தேடி வரும்.

உங்கள் கண் முன்னே இருக்கும் மனிதர்களை நேசிக்கஇயலாவிட்-டால்
கண்ணிற்க்கு தெரியா கடவுளைஎப்படி நேசிப்பீர்கள்.

ஒரு தப்பை தண்டிச்சு பல கெட்ட காரியங்கள் நடக்க காரணமா இருக்கிறதைவிட,
ஒரு தப்பை மன்னிச்சு பல நல்ல காரியங்கள் நடக்க காரணமா இருக்-கலாம்.

சந்தோஷமாக வாழ முயற்சிக்காதே நிம்மதியாக வாழ முயற்சி செய்
உன் வாழ்க்கை முழுவதும் சந்தோஷமாக இருக்கும்.

மிகவும் வேதனையான விஷயம்.. உன்னால் ஒருவர் கண்ணீர் சிந்-துவது••••.
மிகவும் சந்தோஷமான விஷயம்•••உனக்காக பிறர் கண்ணீர் சிந்து-வது•••

குற்றம் புரிந்தவனும் தனக்கு நியாயம் கேட்கிறான்.
குற்றத்திற்கு ஆட்பட்டவனும் தனக்கு நியாயம் கேட்கிறான்•••
யாருக்கு அதை வழங்குவது என்பதை ••••.பணம் முடிவு செய்கிறது..

நம்முடைய உண்மை நிலையை மறைப்பது,
நம்மை நாமே ஏமாற்றி கொள்வதாக முடியும்.....எவ்வளவு தான் நன்றாக பழகினாலும் ஒரு சிலரின் உண்மை குணம் சில சந்தர்ப்பங்களில் தான் நமக்கு தெரிகிறது.
இவ்வளவு நாட்கள் அவர்களின் உண்மை குணத்தை மறைத்து வைத்திருந்தது அவர்களின் திறமையா...? அல்லது அறியாமல் இருந்தது நமது அறியாமையா....

இது என்னுடையது" என்று நினைக்கும் வரை, எதையும் விட்டுக் கொடுக்க நாம் தயாரில்லை.

நமது மனஉறுதி எந்த அளவிற்கு வலுப்பெற்று உள்ளதோ,
அதற்கு தக்கபடிதான் நமது வெற்றியின் அளவும் இருக்கும்....

உன்னை நேசிக்கும் இதயத்தை, சாகும் வரை மறக்காதே...
உன்னை மறந்த இதயத்தை, வாழும் வரை நினைக்காதே....

விடாமுயறசி, கடின உழைப்பு, திட்டமிடல்

விடாமுயறசி, கடின உழைப்பு, திட்டமிடல் போன்ற பல குணநலன்கள் கூறப்படலாம். ஆனால் அவை எல்லாமே 'தன்னம்பிக்கை' என்ற அடித்தளத்திலிருந்து தான் உருவாகி வெளி வருகின்றன என்கிறார்கள் அறிஞர்கள். தன்னம்பிக்கை என்பது ஓர் உந்து சக்தி வாழ்வதற்கும், வாழ்வில் உயர்வதற்கும், எல்லோருக்கும் தன்னம்பிக்கை இருக்கிறதா என்றால் இருக்கிறது என்பது தான் உண்மை. ஆனால் அது போதுமான அளவு இருக்கிறதா என்றால் இல்லை.

நம்மை வெற்றிப்பாதைக்கு இட்டுச் செல்லும் தன்னம்பிக்கை நிரம்பப்பெற்றவர்கள் சோர்வு அடைவதில்லை. துவண்டு போவதில்லை. தோல்வியானது நம்மைத் துவண்டு போகச் செய்கிறது என்றால், நம்முடைய தன்னம்பிக்கையின் அளவு குறைவாக இருக்கிறது என்று பொருள். தாழ்வு மனப்பான்மை, தம்முடைய முயற்சியின் மீது நம்பிக்கையின்மை, மற்றவர்களுடைய வெற்றியைக் கண்டு வெதும்புதல், சோம்பேறித்தனம், மற்றவர்களோடு கலகலப்பாக இல்லாமல் இருத்தல் போன்றவை தன்னம்பிக்கை குறைவாக இருப்பதின் வெளிப்பாடு ஆகும்.

உங்கள் பலம், பலவீனம் இவைகளைச் சரியாகப் பட்டியலிடுங்கள். உங்கள் வாய்ப்பு களையும் அவைகளைப் பயன்படுத்துவதில் உள்ள தடைகளையும் பட்டியலிடுங்கள். நீங்கள் பட்டியலிட்டுள்ள பலவீனங்க-

ளில் சிலவும், தடைகளில் சிலவும் உண்மையிலேயே பலவீனமோ அல்லது தடையோ அல்ல என்பதை உணரலாம். எஞ்சியுள்ள பலவீனங்களையும், தடைகளையும் வெல்வதற்குண்டான முயற்சியில் முழுமூச்சுடன் இறங்குங்கள். இதற்கு உங்கள் பலங்களையும், வாய்ப்புகளையும் ஏற்கனவே உங்களிடம் இருக்கும் தன்னம்பிக்கையையும் பயன் படுத்துங்கள்.

இவ்வாறு உங்கள் பலத்தைக் கூட்டி, பலவீனத்தைக் கழித்து, வாய்ப்பினைப் பெருக்கி, தடைகளை வகுத்தால் தன்னம்பிக்கை தானாக வளரும். பலவீனங்களைக் குறைத்துத் தடைகளைத் தகர்க்கும் போது உங்கள் பலங்களும், வாய்ப்புகளும் தன்னம்பிக்கையை பலமடங்கு அதிகப்படுத்தும். இந்த தன்னம்பிக்கை இருந்தால் தேர்விலும் ஜொலிக்க முடியும்.

பிரச்னைகள் வரும் போது, நான் இவ்வளவுதான், இது என் விதி என்று மனம் தளரக் கூடாது. மாறாக, என்னால் முடியும் என்ற தன்னம்பிக்கை இருக்க வேண்டும். அப்படி நம்பினால், நீங்கள் புதியவனாக, புதியவளாக மாற முடியும். அந்த தன்னம்பிக்கை தோல்வியுறுபவர்களை, வெற்றியாளராக்கும்; சோம்பேறிகளை சுறுசுறுப்பானவர்களாக மாற்றும்.

நாம் எடுத்துக் கொண்ட காரியத்தில் வெற்றி பெற ஆசையுடன் விடாமுயற்சியும், நம்பிக்கையும் தேவை. அந்த நம்பிக்கை, "**என்னால் நிச்சயம் இந்த காரியத்தை முடிக்க இயலும்**" என்ற மனஉறுதியுடன் அமைய வேண்டும். அப்படி இருந்தால் மட்டுமே நீங்கள் திறமை உள்ளவராக இருந்தாலும் கூட உங்களால் வெற்றி பெற இயலும்.

உங்கள் பலம், பலவீனம் இவைகளைச் சரியாகப் பட்டியலிடுங்கள். உங்கள் வாய்ப்பு களையும் அவைகளைப் பயன்படுத்துவதில் உள்ள தடைகளையும் பட்டியலிடுங்கள். நீங்கள் பட்டியலிட்டுள்ள பலவீனங்களில் சிலவும், தடைகளில் சிலவும் உண்மையிலேயே பலவீனமோ அல்லது தடையோ அல்ல என்பதை உணரலாம். எஞ்சியுள்ள பலவீனங்களையும், தடைகளையும் வெல்வதற்குண்டான முயற்சியில் முழுமூச்சுடன் இறங்குங்கள். இதற்கு உங்கள் பலங்களையும், வாய்ப்புகளையும் ஏற்கனவே உங்களிடம் இருக்கும் தன்னம்பிக்கையையும் பயன் படுத்துங்கள்.

இவ்வாறு உங்கள் பலத்தைக் கூட்டி, பலவீனத்தைக் கழித்து, வாய்ப்பினைப் பெருக்கி, தடைகளை வகுத்தால் தன்னம்பிக்கை தானாக

வளரும். பலவீனங்களைக் குறைத்துத் தடைகளைத் தகர்க்கும் போது உங்கள் பலங்களும், வாய்ப்புகளும் தன்னம்பிக்கையை பலமடங்கு அதிகப்படுத்தும். இந்த தன்னம்பிக்கை இருந்தால் தேர்விலும் ஜொலிக்க முடியும்.

பிரச்னைகள் வரும் போது , நான் இவ்வளவுதான் , இது என் விதி என்று மனம் தளரக் கூடாது . மாறாக , என்னால் முடியும் என்ற தன்னம்பிக்கை இருக்க வேண்டும் . அப்படி . நம்பினால் , நீங்கள் புதியவனாக , புதியவளாக மாற முடியும் . அந்த தன்னம்பிக்கை தோல்வியுறுபவர்களை , வெற்றியாளராக்கும் ; சோம்பேறிகளை சுறுசுறுப்பானவர்களாக மாற்றும்.

நாம் எடுத்துக் கொண்ட காரியத்தில் வெற்றி பெற ஆசையுடன் விடாமுயற்சியும் , நம்பிக்கையும் தேவை . அந்த நம்பிக்கை , ” **என்னால் நிச்சயம் இந்த காரியத்தை முடிக்க இயலும்**” என்ற மனஉறுதியுடன் அமைய வேண்டும் . அப்படி இருந்தால் மட்டுமே நீங்கள் திறமை உள்ளவராக இருந்தாலும் கூட உங்களால் வெற்றி பெற இயலும்.

நாம் எடுத்துக் கொண்ட காரியத்தில் வெற்றி பெற ஆசையுடன் விடாமுயற்சியும் , நம்பிக்கையும் தேவை . அந்த நம்பிக்கை , ” **என்னால் நிச்சயம் இந்த காரியத்தை முடிக்க இயலும்**” என்ற மனஉறுதியுடன் அமைய வேண்டும் . அப்படி இருந்தால் மட்டுமே நீங்கள் திறமை உள்ளவராக இருந்தாலும் கூட உங்களால் வெற்றி பெற இயலும்.

VVVதன்னம்பிக்கை என்பது ஒவ்வொரு மனிதனும் தன்னால் இதைச் செய்துமுடிக்க முடியுமென்று நம்புவதும், நம்பிக்கையைச் செயல்படுத்த திட்டமிடுவதும், அதை நிறைவேற்ற முயற்சி செய்யும்போது தடைகளைக் கண்டு தளர்ந்துவிடாமல், விடாமுயற்சியுடன் அந்தக் காரியத்தைச் சாதிக்கும் திசை நோக்கி முன்னேறுவதும்தான் தன்னம்பிகை. தன்னம்பிக்கையே வாழ்க்கையின் முன்னேற்றத்துக்கு வழி காட்டும் ஒளிவிளக்கு.

ஒருவர் தன் வலிமைக்கு ஏற்றதை அறிந்து, அதில் உறுதியாக செயல்படும்போது அவரால் முடியாதது எதுவும் இருக்காது. “முயன்றால் முடியாதது எதுவும் இல்லை”, “முயற்சி திருவினை ஆக்கும்”, முயற்சியுடையார் இகழ்ச்சி அடையார்” என்பவைகள்தான் தன்னம்பிக்கையின் மூல மந்திரங்கள் ஆகும். பொதுவாக கால்நடைகள் குட்டிகளை ஈன்றவுடன் பிறந்த குட்டிகள் தடுமாறி எழுந்து நின்று தன்னம்பிக்கையுடன்

நடக்க ஆரம்பித்துவிடுகின்றன. அதுபோல் பறவையினங்களின் முட்டையிலிருந்து குஞ்சுகள் வெளிவந்தவுடன் நடக்க ஆரம்பிக்கின்றன.

மனிதனின் குழந்தைப்பருவத்தில் நடக்க ஆரம்பிக்கும்போது முதலாவது அடி எடுத்துவைக்கும் போதே விழுந்துவிடுவோம் என்ற பயஉணர்வை மீறி அடி எடுத்து வைக்கின்றான். அப்படிப்பட்ட குழந்தையை ஓரடி ஈரடியாக காலடி எடுத்துவைக்கச் சொல்லி அக்குழந்தையின் மனதில் தன்னம்பிக்கையை ஊட்டி உன்னால் நடக்க முடியும் என்று நடை பயில வைப்பதிலும் பேச கற்றுக்கொடுப்பதிலும் காணலாம்.

குழந்தைப்பருவத்தில் தாயின் அரவணைப்பில் இருந்த குழந்தைகள் பள்ளிக்குச் சென்றவுடன், தன்னம்பிக்கையை வளர்ப்பவர்கள் அவர்களின் ஆசிரியர்கள் தான். பள்ளியில் ஆசிரியர்கள் மாணவர்களிடம் எடுத்துக் கூறுகின்ற நம்பிக்கை ஒளி மிகுந்த சொற்கள், மாணவர்களின் தன்னம்பிக்கையை வளர்ப்பதில் பெரும் பங்காற்றுகின்றன. மாணவப்பருவத்தில் மாணவர்கள் படிக்கும் நல்ல நூல்கள், மாமனிதர்களின் வரலாறுகள், அவர்களிடம் தன்னம்பிக்கையை ஏற்படுத்துகின்றன. அதுபோல் விளையாட்டு ஆசிரியர் தரும் பயிற்சி விளையாட்டு திறனை வளர்க்கிறது. ஓவிய ஆசிரியர் தரும் பயிற்சி அவர்களது கலைத்திறனை வளர்க்கிறது. பள்ளியில் தங்கள் அறிவாற்றல் திறனை அறிந்தும் வளர்த்தும் தன்னம்பிக்கை பெறுவது போலவே மாணவர்கள் தங்கள் பலத்தை தாங்களே உணர்ந்து கொள்ளச் செய்யும்படியான செயல்கள் மூலமாகவும் அவர்களை தன்னம்பிக்கையை வளர்க்கப்படுகிறது.

வலை பின்னும் சிலந்தி தனக்குரிய வலையைப் பின்னி முடிப்பதற்குள் எத்தனை முறை வலை அறுந்தாலும் அது திரும்ப திரும்ப முயற்சி மேற்கொள்வதை பார்த்திருப்போம். அந்தச் சிலந்திக்கு சோர்வோ அலுப்போ ஏற்படுவதில்லை. திரும்பத்திரும்ப நூல் அறுபடும். மீண்டும் மீண்டும் முயற்சி செய்து வலையை பின்னிக்கொண்டே இருக்கும். அந்த வலை பின்னி முடிக்கும்வரை அது ஓய்வதில்லை.

மனித வாழ்க்கையில் வளர்ச்சி என்பது வட்டப் பாதையில் சுற்றிச் சுற்றி வந்த இடத்துக்கே வருவதல்ல. சுழன்று சுழன்று செல்லக் கூடிய சுழலேணி வளர்ச்சி. இந்தச் சுழலேணியின் படிகளில் தொடர்ந்து மேலேறிச் செல்ல ஒருவருக்கு தன்னம்பிக்கை வேண்டும். அதுவே வாழ்கை மேம்பாடடையும் என்ற நன்னம்பிக்கையும் தரும். இந்த நன்னம்பிக்கை-

யும் தன்னம்பிக்கையும் சேர்ந்திருந்தால் ஞாலம் கருதினும் கைகூடும். ஞாலத்தை வெல்ல “ஓடுமீன் ஓட உறுமீன் வருமளவு” காத்திருத்தல் வேண்டும்.

இந்தக் காத்திருத்தல் என்பது சும்மா இருப்பதல்ல, செயல்படுவ-தாகும். செயல்படுவது மந்தகதியில் இருந்து விடக்கூடாது. விரைந்தும், தெளிந்தும், தன்னம்பிக்கையோடும் செயல்படவேண்டும். தாவரங்களுக்கு உயிர் உண்டு, உணர்ச்சி உண்டு என்றார், வங்காளத்தைச் சேர்ந்த சர்.ஜெகதீச வி.சந்திரபோஸ். 1907 ஆம் ஆண்டு லண்டனில் ராயல் சொஸைட்டியில் உரையாற்றும் போது தனது விஞ்ஞான கண்டுபிடிப்பை வெளியிட்டார். தாவரங்களுக்கு உயிர் உண்டு என்பதை விஞ்ஞானிகள் ஏற்றுக் கொள்ளவில்லை.

எனினும், அவர் சோர்ந்து போய்விடவில்லை. இந்தியாவுக்குத் திரும்பியதும் தனது ஆராய்ச்சியைத் தொடர்ந்து மேற்கொண்டார். தனது ஆராய்ச்சிக்கு தேவையான நுட்பமான கருவிகளை உருவாக்கி தாம் கண்டறிந்த விஞ்ஞான உண்மைகளை உறுதி செய்து கொண்டார். பிறகு மீண்டும் லண்டன் சென்றார். இப்போது அவரது கண்டுபிடிப்பை விஞ்-ஞானிகள் ஏற்றுக்கொண்டனர். கடினமான உழைப்பும் விடாமுயற்சியும் தன்னம்பிக்கையுமே அவரிடம் இருந்தது. அதனால் அவர் வெற்றியாள-ராக வலம் வந்தார்.

உள்ளத்தில் அச்சமற்ற தன்மை உருவாக்க தன்னம்பிக்கை வலுப்பெற நமது தமிழக முன்னால் முதல்வர் ஜெ.ஜெயலலிதா அவர்கள் ஞானி-சுண்டெலி கதை ஒன்றை கூறியிறுக்கிறார். கண்ணிலே புரை இருந்தால் பார்வை சரியாக தெரியாது. மூக்கிலே அடைப்பு இருந்தால் நறு-மணத்தை நுகர முடியாது. வாயிலே புண் இருந்தால் உணவினை சுவைக்க முடியாது. அதுபோல் சிந்தனை இல்லாவிட்டால், வாழ்க்கை-யில் வெற்றிபெற முடியாது. சிலர் தேவையற்ற அச்சத்திற்கு ஆளாகி, மகிழ்ச்சியான நேரங்களில் கூட மன சஞ்சலத்திற்கு ஆளாகிறார்கள். இந்த வீண் பயத்தை போக்கி துணிச்சலுடன் செயல்பட்டால், வாழ்வில் வெற்றி நிச்சயம்.

ஒரு ஞானியின் தியானம் கலைந்தபோது ஒரு சுண்டெலி ஞானி முன் வந்தது. சுண்டெலியை பார்த்து ஞானி, உனக்கு என்ன வேண்டும் என்று கேட்டார். பூனையை கண்டு எனக்கு பயமாய் இருக்கிறது. என்னை ஒரு பூனையாக மாற்றிவிட்டால், உங்களுக்கு புண்ணியம் உள்-

ளது என்றது எலி. ஞானி, எலியை பூனையாக மாற்றினார். இரண்டு நாட்கள் கழித்து மீண்டும் அப்பூனை வந்தது, ஞானி முன் நின்றது. பூனையை கண்ட ஞானி, இப்போது என்ன பிரச்சனை என்று வினவி-னார். என்னை எப்போதும் நாய் துரத்துகிறது. என்னை நாயாக மாற்-றிவிட்டால் நன்றாக இருக்கும் என்றது பூனை. உடனே பூனையை, நாயாக மாற்றினார் ஞானி.

சில நாட்கள் கழித்து அந்த நாய் வந்து ஞானியின் முன்பு நின்றது. இப்போது உனக்கு என்ன வேண்டும் என்று கோட்டார் ஞானி. புலி பயம் என்னை வாட்டி எடுக்கிறது. தயவு செய்து என்னை புலியாக மாற்றிவி-டுங்கள் என்றது நாய். ஞானி நாயை புலியாக மாற்றினார். சில நாட்-கள் கழிந்து ஞானி முன் வந்து நின்ற புலி, இந்தக் காட்டில் வேடன் என்னை வேட்டையாட வருகின்றான். தயவு செய்து என்னை வேடனாக மாற்றிவிடுங்கள் என்றது புலி. உடனே புலியை வேடனாக மாற்றினார் ஞானி.

சில நாட்கள் கழித்து, வேடன் ஞானி முன் வந்து நின்றான். இப்-போது உனக்கு என்ன வேண்டும் என்று கேட்டார் ஞானி. எனக்கு மனி-தர்களை கண்டால் பயமாக இருக்கிறது என்று சொல்ல ஆரம்பித்தான். உடனே இடைமறித்த ஞானி, சுண்டெலியே உன்னை எதுவாக மாற்றி-னால் என்ன? உன் பயம் உன்னை விட்டு போகாது. உனக்கு சுண்-டெலியின் இதயம்தான் இருக்கிறது. நீ சுண்டெலியாக இருக்கத்தான் லாயக்கு என்று கூறிவிட்டார் அந்த ஞானி.

ஆகையால், உள்ளத்தில் நம்பிக்கைகளையும், அச்சமற்ற தன்மையும் இல்லாதவரை நாம் எதையும் அடையவோ, சாதிக்கவோ முடியாது. உங்களைப்பற்றி நீங்கள் எப்படி எண்ணுகிறீர்களோ அப்படித்தான் ஆவீர்கள். நீங்களே உங்களை தாழ்த்திக்கொள்ளாதீர்கள். உங்களுடைய எண்ணங்கள் செயலற்று போனால், அச்சம் சோர்வு போன்றவை உடலை கூனாக்கி உள்ளத்தை மண்ணாக்கிவிடும்.

நம்பிக்கை வெற்றியோடு வரும்... ஆனால், வெற்றி நம்பிக்கை உள்ளவரிடம் மட்டுமே வரும்... !

நம்பிக்கை இருந்தால் சவால்களைத் தவிடுபொடியாக்கிவிடலாம்.

மாற்றுத் திறனாளிகளின் திறமைகள் அனைத்து மனிதர்களுக்கும் நம்பிக்கை ஊட்டுபவை.

தன்னம்பிக்கை மிகுந்த மாற்றுத் திறனாளி ஒருவரை கலேவல வெலிகமுக பகுதியில் நியூஸ்பெஸ்ட் அடையாளம் கண்டுள்ளது.

நாம் சந்திக்கும் மனிதர்கள் ஒவ்வொருவருக்குப் பின்னாலும் வலியும் வேதனையும் வலிமையும் மிகுந்த கதைகள் உள்ளன.

பார்வையை இழந்தவர் செல்வராஜ், இவரின் கண்களில் எப்போதுமே நிறைந்திருப்பது தன்னம்பிக்கை ஒளி.

தன்னம்பிக்கை தரும் உந்துசக்தியுடன் உலகத்தை அவர் தரிசித்துக் கொண்டிருக்கிறார்.

வலிகளும் போராட்டங்களும் நிறைந்த இந்த மனிதரின் கதை வண்ணங்களால் ஒளிர்ந்து கொண்டிருக்கிறது.

தனிமனிதக் கடமை நிறைவேறாதவிடத்து குடும்பங்களும் சமூகமும் நெருக்கடிக்குள்ளாகிறது.

பார்வையை இழந்த செல்வராஜ், ஓய்வின்றித் தன்னால் இயன்ற வேலைகளுக்குச் செல்கின்றார்.'உங்களால் முடியும் என்று நீங்கள் நினைத்தாலும், முடியாது என்று நீங்கள் நினைத்தாலும் சரி, நீங்கள் சொல்வது சரிதான்." - ஹென்றி போர்டு

வாழ்க்கையில் முன்னேற முதல் படி தன்னம்பிக்கை. அதை வளர்த்து கொள்வதால் ஒரு மனிதன் எதையும் சாதிக்க முடியும்.

நாம் பேராற்றல் படைத்தவர்கள் என்பதை உணர்ந்த அனைவரும்

வாழ்க்கையில் சாதித்து கொண்டிருக்கிறார்கள். அவர்கள் செல்லும் பாதை கற்களும், முட்களும் நிறைந்ததாய் இருக்கலாம். வான நிலாவை தொட தாவி எழும் அலை கடலாக இருக்கலாம். இது தான் பாதை, இது தான் பயணம் என்று சிரமம் பார்க்காமல் தன்னம்பிக்கையுடன் வாழ்கிறார்கள்; சாதிக்கிறார்கள். நம்பிக்கை அவர்களை இயக்கி செல்கிறது.

வெற்றியாளர்கள் அனைவரும் பயம் என்னும் இரும்பு சங்கிலியை தகர்த்தெறிந்துவிட்டு கம்பீரமாக முயற்சி செய்வதால் அவர்கள் எப்பொழுதும் நெஞ்சை நிமிர்த்தி நேர்கொண்ட பார்வையுடன் பயணிக்கிறார்கள். பயம் அவர்களை பார்த்து பயந்து ஓடிவிடும். தன்னம்பிக்கை உள்ள ஒரு மனிதனிடம் சோம்பேறித்தனம் அவர்கள் கால் விரல் பட்டு நசுங்கி காணாமல் போய்விடும்.

தன்னம்பிக்கையை வளர்க்க சில வழிமுறைகள்...உங்கள் செல்வம், உடைமைகள், திறன்கள், சாதனைகள் மற்றும் பண்புகளை மற்றவர்களுடன் ஒப்பிடும் போது, உங்கள் மீது உங்களுக்கு இருக்கும் நம்பிக்கை குறைந்து விடும். மற்றவர்கள் எப்பொழுதும் நம் கண்களுக்கு சிறந்தவர்களாகவே தெரிவார்கள். உங்கள் உடல் நலனை கவனித்துக் கொள்ளுங்கள். நீங்கள் உடல் ரீதியாக சிறந்து விளங்கும்போது, இயல்பாகவே உங்களைப் பற்றி அதிக நம்பிக்கையுடன் இருப்பீர்கள்.

உலகில் உள்ள எல்லா மனிதர்களும் 100 சதவிகிதம் சரியானவர்கள் இல்லை என்பதை நம்புங்கள். உங்களுக்குள் இருக்கும் திறமைகளை கண்டறியுங்கள். அதை நினைத்து பெருமை கொள்ளுங்கள். அந்த நினைப்பே உங்களுக்கு சிறந்த தன்னம்பிக்கை தரும். சுய சந்தேகத்தை தழுவ பழகுங்கள். அது உங்களை சிறப்பாக செயல் பட உதவும். உங்களை பற்றி குறைவாக பேசுபவர்களை ஒதுக்கி விடுங்கள்.

மாபெரும் சாதனைகள்செய்து முடிக்கப்படும் மாபெரும் சாதனைகள் அனைத்தும் செய்ய முடியாதவைகள் என்று முதலில் பலரால் நிராகரிக்கப் பட்டவைதாம். அதை முயன்று பார்ப்பவர்கள் சாதனையாளர்கள் ஆவார்கள். லட்சியங்களை உரக்க சொல்லுங்கள். தனிமையில் இருக்-

கும்போது நீங்கள் என்ன ஆக வேண்டும், எதிர்காலம் எப்படி இருக்க வேண்டும் என வாய்விட்டு உரக்க சொல்லிப்பாருங்கள். உங்களுக்கு சிரமமாக உள்ள செயலையோ அல்லது முடியாது என நினைக்கும் செயலையோ தினமும் ஒரு முறையாவது செய்து பாருங்கள். நாள்பட பழகிவிடும்.

உங்களை பற்றி மற்றவர்கள் என்ன நினைப்பார்கள் என நினைப்பது முற்றிலும் தவறு. சுய விமர்சனத்தை தவிருங்கள்.நீங்கள் எது செய்தாலும் உங்கள் மனம் உங்களை விமர்சிக்கும். இந்த எண்ணத்தை மாற்றுங்கள். சுய விமர்சனம் நல்லதுதான். ஆனால் அதனை கட்டுக்குள் வையுங்கள்தன்னம்பிக்கை கொண்டவர்கள் வெற்றிக்கு வழி தேடுவார்கள். நாம் அனைவரும் சாதிக்க பிறந்தவர்கள். மற்றவர்களை போல வாழ கடவுள் நம்மை படைக்க வில்லை. நமக்கென்று ஒரு திறமையையும், வாழ்க்கையையும் கடவுள் கொடுத்திருக்கிறார். அதை உணர்ந்து உங்கள் மேல் நம்பிக்கையை கொள்ளுங்கள்.

இந்தியாவின் முதல் பார்வைக் குறைபாடுள்ள ஐ.ஏ.எஸ் அதிகாரி பிரஞ்சல் பாட்டீல் திருவனந்தபுரம் சப் கலெக்டராக பொறுப்பேற்றுள்ளார். இவர் 6 வயதில் பார்வையை இழந்தவர். இந்த வெற்றிக்கு பிரஞ்சலின் தன்னம்பிக்கையும் விடாமுயற்சியுமே காரணம். ராணுவத்தில் பணியாற்றி ஒரு காலை இழந்து அதன் பின் தன்னுடைய தன்னம்பிக்கையால் இப்போது பெருமை அடைய வைத்திருக்கிறார் ஆனந்த்.

பிரான்சில் நடைபெற்ற உலக பாரா தடகள போட்டிக்கான 200 மீட்டர் தகுதி சுற்று போட்டியில் கும்பகோணத்தை செர்ந்த ஆனந்த் தங்கப்பதக்கம் வென்றார். இது போன்று பலர் பல சோதனைகளை தன் தன்னம்பிக்கையாலும், விடாமுயற்சியினாலும் சாதனைகளாக மாற்றியிருக்கிறார்கள். எனவே ஒருவர் தன் மீது நம்பிக்கை வைப்பதும் அதை வளர்ப்பதும் முடியாத ஒன்றில்லை.

தன்னம்பிக்கை என்பது ஒரு மனநிலை. இதனை எந்த வயதிலும் வளர்த்து கொள்ள முடியும். இது பெரியோர்களிடமும், இளைஞர்களிடமும் ஏன் குழந்தைகளுக்குள்ளும் புதைந்து கிடக்கிறது; அதை வெளி

கொண்டுவர சிறிது முயன்றால் போதும்.

நீங்கள் என்னவாக நினைக்கிறீர்களோ அதுவாகவே மாறுகிறீர்கள். நீங்கள் பலவீனமானவர்கள் என்று எண்ணிக்கொண்டிருந்தால் நீங்கள் பலமற்றவர்களாகி விடுவீர்கள் என்கிறார் விவேகானந்தர். மாணவர்கள் தேர்வில் தோல்வி அடைந்து விட்டாலோ, நினைத்த படிப்புக்கு இடம் கிடைக்கவில்லை என்றாலோ கவலை கொள்ளாமல் அடுத்து என்ன செய்யலாம் என்று துணிந்து செயல் படவேண்டும்.

தொழிலில் தோற்று விட்டாலோ, வேலை இழந்து விட்டாலோ தவறான முடிவுகளை எடுக்கத் தேவை இல்லை. தன்னம்பிக்கையோடு செயல்பட்டால் வெற்றி உறுதி. யானைக்கு பலம் தும்பிக்கையில் என்றால் மனிதனுக்குப் பலம் தன்னம்பிக்கையில் என்பார்கள். தோல்வி உன்னைத் துரத்துகிறது என்றால் வெற்றி உன்னை நெருங்குகிறது என்று பொ

தன்னம்பிக்கை என்பது தன்னால் ஒரு குறிப்பிட்ட செயலை வெற்றிகரமாக செய்து முடிக்க முடியும் என்று மனதில் நம்பிக்கை கொள்வது.

ஒரு மனிதனுக்கு தன் மீதும் தன் திறமையின் மீதும் உள்ள நம்பிக்கையே தன்னம்பிக்கை...

www.ingramcontent.com/pod-product-compliance
Lightning Source LLC
LaVergne TN
LVHW042045070526
838201LV00077B/798
* 9 7 8 1 6 3 8 7 3 0 2 9 3 *